மரண வீட்டின் முகவரி

மரண வீட்டின் முகவரி

அ.சி. விஜிதரன்

சிந்தன் புக்ஸ்

மரண வீட்டின் முகவரி
கவிதைகள்
அ.சி. விஜிதரன்

முதல் பதிப்பு: ஜனவரி 2023
இரண்டாம் பதிப்பு : ஜனவரி 2024
வெளியீடு:
சிந்தன் புக்ஸ்
327/1, திவான் சாகிப் கார்டன்
டி.டி.கே. சாலை, இராயப்பேட்டை
சென்னை 600 014.
கைபேசி: 94451 23164
மின்னஞ்சல்: kmcomrade@gmail.com

அட்டைப் படம் : லார்க் பாஸ்கரன்
வடிவமைப்பு: அ.சி.விஜிதரன்
பக்கம் : 153
விலை: ரூ. 150

Marana Veetin Mugavari
Poems
A.S. Vigetharan

First Edition: January 2023
Second Edition : January 2024
Published by
Chinthan Books
327/1, Dewan Sahib Garden
T.T.K. Road, Royapettah
Chennai 600 014.
Mobile: 94451 23164
Email: kmcomrade@gmail.com

Cover : Lark Baskaran
Layout: A.S. Vigetharan

Pages: 153
Price: Rs. 150

இருண்ட கூடாரங்களில்
சங்கிலிகளில்
நரகத்து நிழலில்
எனது மக்களைச் சிறையிட்டுள்ளனர்
வாய்மூடி இரும் என ஆணையிட்டுள்ளனர்

அவர்கள் ஏதும் முறையீடு செய்தால்
இராணுவச் சவுக்கால்
சாவால் பசியால்
அச்சுறுத்தினர்

அச்சுறுத்தியோர் சென்றனர் ஆயினும்
நரகத்தில் மகிழ்வுடன் வாழ்க
என்றே அவர்கள் கூறிச் சென்றனர்
அந்த அனாதைக் குழந்தைகளை
உங்களால் பார்க்க முடிகிறதா?
ஆண்டாண்டுகளாக அவர்களும் துயரமும்

சகாக்களாய் இருந்தனர்
பிரார்த்தித்துக் களைத்தனர்
கேட்போர் இன்றி
குழந்தைகளே யார் நீங்கள்?
இப்படி உங்களை வருத்தியோர் யாவர்?
'நாங்கள் நகரத்துப் பூக்கள்'
என்றனர் அவர்கள்

மனிதர்களாக மதிக்கப்படாத
இலட்சோப லட்சம் மனிதருக்காக
இக்கூடாரங்கள் மத்தியில் சூரியன்
நிரந்தரமான ஓர் பாதையைச் சமைப்பான்
பொன்வாழ்வுச் சிவிகையில்
சூரியன் கீழே பவனி வருவான்
காதல் பனிநீரால்
நகர நெருப்பினை நாங்கள் அணைப்போம்.

றிஷீத் ஹுசைன்
பலஸ்தீனக் கவிதைகள்
(தமிழில் எம்.ஏ. நுஃமான்)

என்னுரையென...

குருதி வழியும் பாடலில்
சொன்னதைப் போல்
இன்னும் இன்னும்
மனிதமும் நிதனமும்
கொட்டடி முகாம்களில்
கொட்டிக் கிடக்கின்றன.

தட்டிப் பார்த்து
வெட்டி எடுப்பதில்லை
நான் சொற்களை

வடிந்தோடும் நிதனத்தில்
தெளிக்கப்பட்ட துளிகளே
என் வார்த்தைகள்

மரணமில்லா வீடுகளைத்
தேடச் சொன்னால்
நாங்கள் மரணத்தால் ஆன வீடுகளைக்
காட்டுவோம்

அப்படி என்ன உன் துயரம் பெரிது
என்று கேட்டுவிடலாம்
துயர துலாபாரங்களில்

வடியும் கண்ணீர்களின்
வலிகள் அவர் அவர்க்கு
பெரிது

துயரங்களை மாற்றியமைக்க மாறிச்சாரி
பங்கேற்பதே
நான் சொல்லி முடிக்கும்
மனித தர்மம்

என் வீட்டு மரண முகவரியை
இங்கு எழுதி வைத்திருக்கிறேன்
துயரத்தில் பங்கெடுக்க விரும்புவோருக்காக.

அ.சி. விஜிதரன்
01.01.2023

மரண வீட்டின் முகவரி
எழுதுவதற்காய் இருந்த இறுதி வார்த்தைகள்

மரண வீட்டின் முகவரி- I

வறண்ட வானத்தையும்
இருட்டின் ஆதிக் கறுப்பையும்
தொட்டணைத்து தூரிகைகளாக்கி,
சித்திரம் வரைய
தூக்கித் தருகிறாள்
சஹாரா பாலைவனத்தில்
அகதியாய் நடக்கும்
பெண் ஒருத்தி...

பனிமலைக் குன்றுகளுக்கிடையில்
நடுங்கும் குளிரிலிருந்து
சித்திரத்திற்கு
வெண்மையைத் தருகின்றான்
நீண்ட பனிமலைப் பிரதேசங்களைத் தாண்ட
என்றோ தாய்தந்தையோடு பனியில்
புதைந்த குழந்தை...

கடற்பாசிகளின்
பாசிய பச்சை நிறங்களை
நடுக்கடலில் இடைநின்ற, ஓடாத படகில்
இருந்து அனுப்பி வைத்தவன்
எத்தியோப்பிய அகதிக் கிழவன்...

தூசி படிந்த மஞ்சள் நிறங்களை,
குண்டு விழுந்து கிளப்பிய
மண் துகள்களிலிருந்து

அனுப்பியவன்
நீலக் கடலின் அடியாழத்தில்
புதைந்து, கரையொதுங்கிய
சிரியாவின் சிறுவன் ...

சிவப்பும் கறுப்புமாய்
சில துளிகளை எங்கள் பங்குக்கு
வைத்துக் கொள்ளுங்கள்
என்று,
இறந்த மகனின் நினைவாக
மறக்காமல் அனுப்பியவள் -
பாலஸ்தீன
காசா நகரத்தின்
பெரும் கிழவி

கூடிச் சேர்த்த
வண்ணங்களின் கலவைகள்
கொண்ட படத்தை, புத்தகத்தின்
முன்பக்க வடிவமைப்புக்குக்
கொடுத்துவிட்ட
நான்
தமிழ் அகதி
மன்னிக்கவும்,
தமிழ் சட்டவிரோதக் குடியேறி
எனது புத்தகத்திற்குப் பெயரிடுகிறேன்
மரண வீட்டின் முகவரி.

உங்கள் தேடலுக்கு

ஓர்மையில் ஒரு கேள்வி
நிலம் இல்லாதவர்களை
என்ன சொல்லி அழைப்பது?
சட்டத்தின் நுணுக்குகளில் தேடினார் ஒருவர்,
உரிமைகளில் தனது தேர்வை எடுத்தார் அடுத்தவர்,
வரைபடங்களில் பார்க்கப் போனார் மற்றவர்,
மறுவிலாசம் கொடுக்க மறந்ததினால்
இன்னும் பதிலளிக்கவில்லை போலும்
கோடுகளும் பெட்டிகளும்
சட்டங்களும் படங்களும்
பதில் சொல்வதை விட
ஓர்மைகள் பதில் சொல்ல வேண்டும் என்று
நினைத்தேன்
நானும் அவர்கள் விலாசம் வாங்க
மறந்துவிட்டேன்
கண்டால் சொல்லவும்
மனிதர்களை அழைக்க அகராதியைத் தேடும்
அவர்கள் படும்
சிரமத்திற்கு மன்னிப்பு கேட்டேன் என்று.

என் பாடல்

பட்டை வெட்டப்பட்டு
உரித்து எடுக்கப்பட்ட
மரத்தில் வடியும்
இறுகிய பாடல்
எனது
உரிக்க உரிக்க
ஒவ்வொரு பட்டையிலும்
நான்
பாடிக்கொண்டே இருப்பேன்.

சாந்திக்கும் சமாதானத்திற்கும் வேண்டுதல்

அவசரத்தில் நான்
எழுதுவதற்கு
எது கிடைத்தாலும்
எடுத்து எழுதிவிடுகிறேன்

மீண்டும் படித்துப் பார்ப்பதற்கு
என்னால் முடியவில்லை
கல்வெட்டுக்களை காலச்சக்கரம்
சுற்றியபிறகும் படிக்க முடியுமாம்

கண்டவற்றில் கிறுக்கியவற்றை
விளங்கிக் கொள்ள யார் வருவார்?

கொஞ்சம் பொறுங்கள்
கொஞ்சமாய் முயற்சி செய்து பார்க்கிறேன்
அச்சடிக்கப்பட்டவற்றில்
பென்சில் கிறுக்கல்கள்
தற்கொலை செய்துவிட்டன.
பிரேதங்களின் பிரதிகளாக உள்ளவற்றை
நான் செய்வதற்கு ஒன்றும் இல்லை.

யோசனை வேண்டாம் நீங்கள்
மகிழ்ந்து இருக்கலாம்
கக்கப்பட்ட உதிரத்தின் வாசனைகள்
தோயப்பட்ட இரத்தத்தின் எழுத்துக்கள்
உங்களை அண்டப்போவதில்லை

இருக்கும் குப்பைகளோடு இவற்றையும்
சேர்த்துவிடுகிறேன்
உங்களுக்கு சாந்தியும் சமாதானமும் உண்டாகட்டும்

என் கவிதை

கவிதை,
பரணி,
பெரும் பாடல்,
கீர்த்தனைகள்,
ஆலோபனைகள்
என நெட்டித்தள்ளும் பெரும் பிரசவக்காரி அல்ல
நான்
குத்தி வலிக்கும் வயிற்றில்
சொட்டு சொட்டாய்
வடியும் இரத்தப்போக்கு
என் பலி
என் பாவம்
என் வாழ்வு
என் முகாம்

தொலைக்கப்பட்ட தலைமுறைகள்

முப்பது வருடங்கள் அகதி வாழ்வு
முப்பது வருடங்கள் அகதி வாழ்வு
என எழுதும் போதும்,
உச்சரிக்கும் போதும்
மூன்று, நான்கு தலைமுறைகள்
அகதியாய்த் தொலைந்தது
அர்த்தப்படுவதே இல்லை.
எண்கள் மட்டும் அல்ல
வார்த்தைகளும் இரத்தம் சிந்துவதில்லை.

வாழ்தலும் சாதலும்

வாழ்வுக்கும் இறப்புக்குமான இடைவெளியே
வாழ்வு
எங்களுக்கு
இறப்புக்கும் வாழ்வுக்குமான இடைவெளியே
அது
*

உயிரற்றவை மட்டுமே
எரிக்கப்பட வேண்டும் என்ற
விதி மாற்றப்பட்டது
எங்கள் மயான முகாம்களில்
*

நான் எழுதிக் களைத்துவிட்டேன் என்று சொல்லலாம்
வட்ட முகாம் வெடித்து தள்ள
கருப்பு மைகள் கொண்ட பெரும் பிரசவத்தாய்
இன்னும் பிரசவிக்க ஏலாத
பெரும் குழந்தைகளை சுமந்து கொண்டிருப்பதை
இல்லை
என்று என்னால் சொல்ல ஏலாது.

கொடுப்பு பல் வலி

கொஞ்ச காலத்திற்கு முன் ஈழம் என்ற வார்த்தையோடு
கூப்பாடு சேர்த்து கவிதை எழுதியதற்கு
எனது டி.என்.ஏ பரிசோதனை
கேட்ட வாய்கள் அனைத்தும்
இன்றுவரை
ஈழத்திற்குள் எங்களை இணைக்காத காரணத்தை
சொல்லத் திறக்கவில்லை
ஒருவேளை
கொடுப்பு பல் வலியாக இருக்கலாம்!

அவருக்குகொஞ்சம் நியாபகப் படுத்துங்கள்

அதிகாரிகளிடம்
ஓம் சேர், ஆம் சேர் என்று
வளைந்து நெளிந்து கதைக்கும்
அப்பாத்துரை அண்ணாவுக்கு
எங்கள் முகாமில் தலைவர் பொறுப்பு.

மேலிருந்து
சொல்லுவதை, சொல்லவும்
சொல்வதை செய்யவும் பழகிய
அவருக்கு எங்களால்
நினைவு படுத்தவே முடியவில்லை
அவர் எங்கள் முகாமின் "தலைவர்" என்று

இடையிடையே சிரிப்பதற்கு அவருக்கு
இரு நிமிடங்கள் வழங்கப்பட்டதுபோல்
சிரித்துவிட்டு இரட்டைக்கிளவியை
மொத்தக் குத்தகைக்கு எடுத்தது போல்
ஆரம்பிப்பார்
ஓம் சேர் ஆம் சேர் என்று

எங்களின் தோல்வி என்று நாங்கள் அறிவிக்க
வேண்டியது கடைசி வரை
அவர் எங்களுக்குத் தலைவர்
அவர்களின் ஏஜெண்ட் இல்லை என்று
நினைவு படுத்த முடியவில்லை என்பதைத்தான்.

இதோ
நாங்கள் அறிவித்துவிட்டோம்
தூரத்தில் இரட்டைக்கிளவி குரல் கேட்கிறது
அது அப்பாத்துரை அண்ணா.

மரண வீட்டின் முகவரி – II

என் மரண வீட்டின் முகவரி தேடி
வந்தமைக்கு உங்களுக்கு நன்றி
இறுதி வார்த்தைகளை எழுதி
தகரக் கதவின் பின் ஒட்டி உள்ளேன்
மறக்காமல் வாசிக்கவும்
கொஞ்சம் நேரம் இருந்தால்
இறுதியாகவாவது எனது வார்த்தைகள்
நடப்பதைப் பார்த்துவிட்டுச் செல்லுங்கள்

அங்கு அதைப் படிப்பதற்கு
ஆள் இல்லை என்றால்
கொஞ்சம் படித்துக் காட்டி செய்யச் சொல்லுங்கள்
உங்களைத் தொந்தரவு செய்வதற்கு மன்னிக்கவும்

என்னை வீட்டிற்குள்ளும் வைக்க வேண்டாம்
வெளியிலும் வைக்க வேண்டாம்
இரண்டுக்கும் இடைப்பட்டவன் என்று
வாசலில் வைக்கச் சொல்லுங்கள்

என்னைப் பெட்டிகளுக்குள்
வைக்க வேண்டாம் என்று சொல்லுங்கள்
கடைசியாகவாவது கொஞ்சம்
கை, கால் நீட்டிச் செல்கிறேன்

வெறும் மண்ணில் புதைத்துவிடாதீர்கள்
என் மீது மண்ணும் போட்டுவிடாதீர்கள்

உரிமை இல்லாத மண்ணில் நடந்த சாபம்
இனியாவது இல்லாது இருக்கட்டும்

என்னை எரிக்கும் போது
நிர்வாணமாய் எரிக்கச் சொல்லுங்கள்
ஆக மிச்சமாய்
சாட்சி இருந்தது
இந்த உடல்தான் என்பதற்கு

எல்லாம் முடிந்த பின் என் சாம்பலில்
அகதி எண்ணை எழுதிக் கரைத்து விடுங்கள்
கடைசியாக அழிந்தது அது என்று சொல்லட்டும்

இறுதி நேரம் வரை இருந்தமைக்கு
இல்லை என்றால்
படித்துக் காட்டியமைக்கு
நன்றி

இருத்தலும், வாழ்தலும்

இரண்டிற்கும் இடைப்பட்டது பற்றியதும்

க

நிர்வாண ஊர்வலத்தில்
எட்டாவது டோக்கன் என்னது
ஆதி நிர்வாணிகள்
என்றும் உணர்ந்திராத
அருவருப்பின் உச்சம்
எனது நிர்வாண முறைகளில் உணர்கிறேன்
நான்
என்னை
நான் தான்
என்று ஒவ்வொரு முறையும்
நிர்வாகத்திடம் நிரூபிக்க
தொடர்ந்து வரிசையில்
நிற்கும்
நவீன
நிர்வாணி
நான்

உ

மரணங்களுக்கு அஞ்சுவது
உடல்களோடு உரிமை கொண்டவர்களுக்கு
வெறும் எண்களால் குறிக்கப்படும்
எங்களுக்கு
மரணம் என்பது
ஒரு எண் வரிசையில் இருந்து
இன்னொரு வரிசை எண்ணுக்கு மாறுவதே
எண்கள் சூழ் உலகு

ந

நாங்கள் முகாமில் காதலிக்க வேண்டும் என்றால்
எங்கள் படிப்பு யாரும் கேட்கப்போவதில்லை

நாங்கள் முகாமில் காதலிக்க வேண்டும் என்றால்
எங்கள் சம்பளம் யாரும் கேட்கப் போவதில்லை

நாங்கள் முகாமில் காதலிக்க வேண்டும் என்றால்
வீடு எங்கே யாரும் கேட்கப் போவதில்லை

நாங்கள் முகாமில் காதலிக்க வேண்டும் என்றால்
எதிர்காலத் திட்டம் யாரும் கேட்கப் போவதில்லை

நாங்கள் முகாமில் காதலிக்க வேண்டும் என்றால்
அதிகபட்சம் அகதி முகாமில் ஒரு அறை
மன்னிக்கவும் வீடு எடுக்க முடியும் என்றால்
நாங்கள் முகாமில் இருந்து காதலிக்கலாம்

அட இதை மறந்துவிட்டேன்
சாதியும், இலங்கையில் எந்த இடமும்
மறக்காமல் கேட்பார்கள்

ம்ம்ம்
நாங்கள் அதற்கு பதில் சொல்லிவிடுவோம்...

ச

யாரோ சொன்னார்கள்
முள்ளிவாய்க்காலின் இறுதிப் போரில்
பிணங்களுக்கும் மலங்களுக்கும்
இடையில் வாழ்ந்'தோம்' என்று
நாங்கள் சொல்கிறோம்
மலங்களுக்குள் பிணங்களாய்
வாழ்கி'றோம்' என்று
இன்னும் இறுதி ஆகாத போரில்
நாங்கள் முகாமில் காதலிக்க வேண்டும் என்றால்
எங்களை யாரும் வேலை என்ன என்று
கேட்கப்போவதில்லை

ரு

மரங்கள் அற்ற குருவிகளின் வீடு
கூண்டுகள்
அழகென அன்போடு வளர்த்தாலும்
அது சிறையே
முகாமில்
அன்பு மட்டும் விலக்கமாய் உள்ளது

சூ

சிதைந்த பனை மரத்தை
குத்திகள் போட்டு
ஆளாளுக்கு சமைக்க
அடுப்பெரிக்கிறார்கள்
நாங்கள் பனை மரக் குத்திகளில்
அடுப்பு எரிப்பதில்லை
பாறை நிலத்தில் வளரும் வடலிகளை
வளர்க்க மட்டுமே பார்க்கிறோம்
பனிமலைகளில் பனை மரங்கள்
வளரும் போது
பக்கத்துப் பாறையில்
வடலிகள் வளராதா?

எ

உயிரோடு வீச்சம் பிடிக்கும்
மாமிசங்களை
மரணம் வரைக்கும்
இழுத்துச் செல்ல காலம்
முயல்கிறது
காலம் முடியும் வரை
மாமிசங்கள் உயிரோடு இருக்கலாம்
ஆனால் வீச்சம்?

அ

சொரசொரக்கும் பலமாடிக் கட்டிடத்தில்
பளபளக்கும் வண்ணம் சேர்க்க
கால் பெருவிரல் ஊணி, கயிற்றில் தொங்கும் போது
விரல் தோல் கிழிந்து ஒட்டும்
இரத்தக் கறை தெரியாமல் இருப்பதற்கும்
சேர்த்தே பெயிண்ட் அடிக்கிறேன்...

சூ

கடும் வெப்பக் கொடுமை
காட்டுத்தீயாய் பரவும்
சிறப்புக் காட்சியை
நேரலைக்குத் தந்து கொண்டிருந்தார்
சிறப்புச் செய்தியாளர்

கொஞ்சம் மேலாய்
அண்ணாந்து பார்க்கையில்
மிச்சக் கூரையாய் இருக்கும்
தார்ச் சீட்டில்
குட்டிப் பொத்தல்களைப்
போட்ட ஆயிரம் சூரியன்கள்
தெரிகின்றன

இனி
இரு நாளைக்கான
சிறப்புக் கவனத்தை
சூரியப் பொத்தல்களில் செலுத்த வேண்டும்
சிறப்புக் கவனம்
பெறுவதில் சூரியன்
பெரும் வித்தைக்காரர் போல்

ய

பெரும் ஓலங்களில்
இருந்து
ஒளிய
எனக்கு
நிசப்தத்தில் ஓலமிட
வாய்ப்பு
கொடுத்த நிலத்திற்கு
நன்றி

௰௯

அண்ணன் நோவா கேட்டார்
நாடு என்பது
“நிலமா? மக்களா?”
நான் கேட்டேன்
இரண்டும் ஒரு வரியிலா இருக்கிறது?

௨

சுவர் ஒட்டிப் படுக்கும்
வழக்கம் எங்கள் குடும்பத்தில்
அனைவருக்கும் வாய்த்தது
முகாம் வீடு
வழங்கப்பட்ட நாள் முதல்

௰௩

இந்திரர்களாய்
பங்கு பெற்ற விருந்தில்
எனக்கு ஒரு இருக்கை வழங்கப்பட்டது
கோப்பைகளின் உரசல் சத்தங்களில்
போர் வெறியின் உச்ச போதை தெறித்து வீழ்கிறது
வெறிக் கூச்சலில்
கேள்விகளை மட்டும்
என் கோப்பையாக மேடையில் வைத்தேன்
அசுர குலம் என எனை நோக்கிக் கத்தியவர்கள்
வாசலை நோக்கிக் கைகாட்டினார்கள்
வாசலில் இருந்து திரும்பிப் பார்க்கிறேன்
எல்லோர் முதுகிலும்
அசுர முத்திரை
தேவர்கள்
மேடையில் தனியாக இருந்தனர்

ய ச

எல்லாவற்றையும் சொல்ல
மொழிகள் இருக்கின்றனவாம்
சாவின் மொழி எது என்று நான் ஆய்கிறேன்
உனக்கு ஏன் இந்த வேலை
என்றால்
நான் சாவுகளை மொழிபெயர்க்கப் போகிறேன்
ஒரு நிமிடம்
பிணங்கள் வாசிக்கும்தானே

ம ரு

உங்கள் எழுத்துக்களில் சாவீன் வீச்சம்
மட்டும் உள்ளது
என்போருக்கு...

நீங்கள் சிரிப்பதில்லையா?
நீங்கள் உண்பதில்லையா?
நீங்கள் உறங்கவில்லையா?
உங்கள் காதல்கள் எங்கே?
உங்கள் உடலுறவுகள் எங்கே?
உங்கள் உச்சங்கள் எங்கே?
என்போருக்கு...

சாவுகளின் விளிம்புகளில்
மரணங்களின் நெருக்கங்களில்
சவங்களின் நடுவில்
நாங்கள்
சிரிக்கிறோம்
உறங்குகிறோம்
உண்கிறோம்
காதல் கொள்கிறோம்
கலவி புரிகிறோம்
எங்களையே புணர்கிறோம்

எல்லாவற்றிற்கும் முதலில் சாவு இருப்பதால்
சாவுக்கு
நான்
முதல் மரியாதை செய்கிறேன்

ய சூ

பழைய தகரப் பெட்டியில் இருந்து
பற்றுச் சீட்டைத் தரும் போதெல்லாம்
மதக் குறிகளைப்
பார்த்துத் திறக்கிறார்
புதுக் கண்காணி

துண்டாக்கப்பட்ட நிலத்தின்
வேதனைகளின் மிச்சமாய்
வருபவர்களிடம்
குறிகளைக்
காட்டக் கேட்கும்
பழைய தகரப் பெட்டிகளின்
சாவியை சொந்தமாக்கிய
இத்தியாதிகளுக்கு

பெட்டிகளை உங்கள் விருப்பத்திற்கு
திறக்கவும் மூடவும் செய்யாதீர்கள்
சாவிகள் கைமாறும் போது
நீங்களும்
பூட்டப்படலாம்

யள

வாசல்கள் திறக்கப்படும்
என்று பூட்டப்பட்ட பூட்டுகள்
முன்பு கழித்துவிடப்பட்ட
நாங்கள்
கிழக்கில் இருந்து
வடக்கில் இருந்து
மேற்கில் இருந்து
தெற்கில் இருந்து
அவர்கள்
இவர்கள்
என எல்லோரும்.

ω அ

ஆயிரம் ஆண்டுகள்
கொட்டடி நிலங்கள்
எங்களுக்குச் சபிக்கப்பட்டவை

மேசேக்களாய் கானான்
தேசமாக அடையாளப் படுத்தப்பட்டவை
அனைத்தும்
கடலில் சென்று முடிந்துவிட்டது

கடலைப் பிளக்க முடியாத
மேசேக்களும்
மக்களும்
மாள

ஈரக்கடற்கரையில்
காய்ந்த பிணங்களாய்
மிச்சம் கொஞ்சப்
பேர்
கற்சுவர்கள்
முன்

பிணங்களை விற்ற உங்களிடம்
உறுதியாகச் சொல்கிறேன்
நாங்கள் பிணமாகி விலை போக மாட்டோம்

௰௬

முகாம்களின் தடுக்கப்பட்ட வேலிகளுக்குள்
நடந்து திரியும் மனிதர்கள்
மக்கிய மனிதர்கள்
எச்சிலைத் தின்னும் மனிதர்கள்
முழங்கால்களில் நடக்கவும்,
கண்களைக் கூட நிமிராத
கைகளைப் பிசைந்து
குனிந்த தலைகள்
மனிதர்கள்
எல்லாம் எதிர்ப்படுகையில்
எங்கள் வேர்வையில் பிசுபிசுத்த கைகளை
அவர்களோடு இணைத்து
ஒன்றாக நடக்கச் செய்வோம்
வேலிகளின் முற்கூர்கள் தேய்ந்து போய்
நகர்ந்து போகும் வரைக்கும்
நாங்கள் ஒன்றாக நடப்போம்
நடக்கச் செய்வோம்.

உய

நான் நிற்கத் துணிந்தவன்
காலுக்குக்
கீழ் நிற்கும்
இரண்டடி நிலத்தில்
நிற்கத் துணிந்தவன்

ஆயிரம் கண்கள் சுற்றிப் பார்த்தாலும்
குரல்வளையின் நெருக்கத்தில் கைகள் தோன்றினாலும்
இரண்டடி நிலத்தில்
நான் நிற்கத் துணிந்தவன்

வாழ்தலுக்கும், இருத்தலுக்கும், சாதலுக்கும்,
உயிர்த்தலுக்கும்
விதிக்கப்பட்ட நிலத்தில்
அந்த
இரண்டடி நிலத்தில் நிற்கத் தெரிந்தவன்

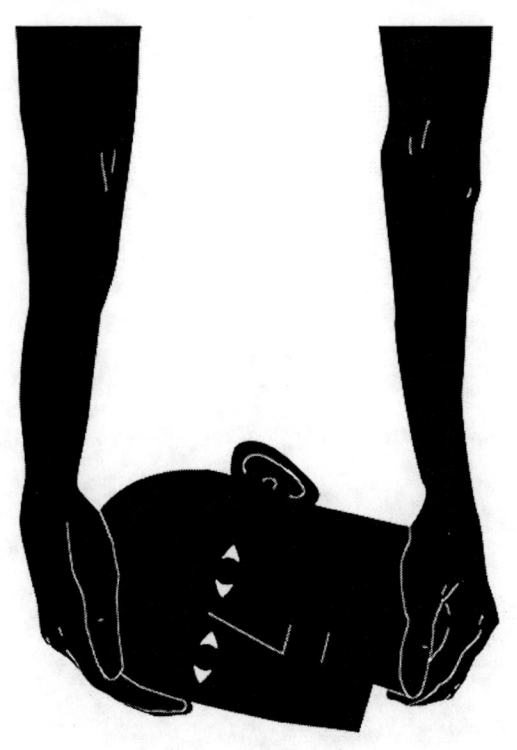

தனிமையின் நீண்ட தூரம்

சுவர்களுக்குள்ளான வாழ்க்கை

இராக்காலத்தின் பாடகர்கள் என்ன
செய்துகொண்டிருக்கிறார்கள்
இராக்காலத்தின் பாடகர்கள் என்ன
செய்துகொண்டிருக்கிறார்கள்
இராக்...காலத்தின் பாடகர்கள் என்ன
செய்துகொண்டிருக்கிறார்கள்

மலைகளின் முகடுகளின் மேல்
தேயிலைக் காடுகளின் நடுவில்
ஈழத்தின் கிழக்கு திசைகளில்
மசூதிகளின் நெருக்கங்களில்
வடக்குமாய் கிழக்குமாய்
ஒடுக்கப்பட்ட தெருக்களில்

பெரும் பொழுதின் கொடும் வெப்பத்தை
பாடிக்கொண்டிருக்கிறார்கள்.
மங்கி வந்த மாலைப் பொழுதுகளில்
வாழ்ந்ததைப் பாடுகிறார்கள்,
வாழ்வதைப் பாடுகிறார்கள்
வலியைப் பாடுகிறார்கள்
என்றும் வராத வசந்தத்தின்
பொழுதுகளை நினைவுக்குள் மீட்டுகிறார்கள்
விடுதலை என்று தூக்கப்பட்ட
பதாகைகளின் கம்புப் பிடிகளில்
பெயர்கள் மறைக்கப்பட்டதை பரிதவித்துச்
சொல்கிறார்கள்.

துப்பாக்கி முனைகளில் மௌனிக்கப்பட்ட
வேதனைகளை வடிக்கிறார்கள்
காலத்திற்குக் கொடுத்த
மகன்களை
மகள்களை,
பேரன்களை,
பேத்திகளைப
பூட்டியாய்
தாத்தனாய்
தாயாய்
தந்தையாய்
இராக்காலத்தின் பாடகர்கள்
பாடிக் கொள்கிறார்கள்.

எழுத்துகளில் மறைக்கப்பட்டாலும்
எல்லாக் காலங்களிலும்

ஈனக் குரல்களால் பாடிக் கொண்டிருக்கிறார்கள்
அவர்கள்

இன்று
மாறி மாறி வந்த வலியின்
குரல்வளைகளை
என்னிடம் தந்து பாடிக் காட்டிச் சொல்கிறார்கள்
இராக்காலத்தின் பாடல்கள் என்னவென்று

இரவல் வாங்கப்பட்ட பரம்பரை
குரல்வளையை வைத்து
முகாம் வீட்டு
முகடுகளில் இருந்து
மறைக்கப்பட்ட
என்றும் வராத
வசந்தத்தைப் பற்றி
நான் பாட நினைக்கிறேன்
நினைவுகள் மரணிக்கும் முன்

ஜன்னல் இருந்தும் திறக்க முடியாத அறையின்
வெளிச்சம் இல்லா
பகல் நாட்களில்
குளிர்ந்து போகும் தரையில்
அடைத்துக் கொண்டு
கிடக்கிறேன்
முகம் இல்லாத மனிதர்களின்
குரல் ஓசைகளை மட்டுமே
பெட்டிக் கைபேசி தருகிறது
ஒளிகள் பயணிக்கா உலகில்
ஒலிகள் பயணிக்கின்றன
காதுகள் முழுக்க அவை பேசும்
குரல்களே...
யாரும் பேசாத் தருணங்களில் கூட

கிரீச்
என்று கரகரக்கும் திறப்புச் சத்தம் கொண்ட
ஜன்னலுக்கு பாதி அளவே திறக்க அனுமதி

மிதந்தோடிய சாக்கடையின்
பச்சை நிறத் தண்ணிரும்,
கருப்பு நிறத் தண்ணிரும்
அள்ளி வீசும் பெரும் நாற்றத்தையும்
மீறி
இடுக்குகள் வழியே படையெடுக்கும்
பூச்சிகளையும், கொசுக்களையும் தாண்டி
அனுமதிக்கப்பட்ட பாதி அளவு
ஜன்னலைத் திறக்கிறேன்

ஒற்றைக் கோடாகத் தெரியும் சூரியனுக்காகவும்
தார் இல்லாத மண்ரோட்டில் போகும் சில
மனிதர்களைப் பார்க்கவும்.
எனக்கு என்று இருப்பவைகளுக்கு
காலை வணக்கம்

கதவுகளைத் தட்டும் சத்தங்கள்
தூரஒலியாய் மட்டுமே
கேட்கிறது
நான்கு நாட்களாக தாளிடப்பட்ட
எனது கதவுகளை
நோக்கி எந்தக் கையும்
நீளவில்லை
தட்டுவதற்காவது

இரண்டு நாட்களாக
வாய் திறந்து பேசாத தொண்டையின்
காய்ந்த சத்தம்
உள்ளுக்குள்
கேட்கும் போது
வீல் என்று வாரிக் கத்தத் தோன்றும்
பைத்தியம் என்று ஆரும்
நினைக்கக் கூடும்
எனக்குள் அமிழ்ந்து கத்தினால்
யார் சொல்வார் பைத்தியம் என்று
நீங்கள் சொல்லுங்கள் நான் என்ன
பைத்தியமா?

நீள்ச்சதுரமாய் இருக்கும்
ஒற்றை அறையில் இருக்கிறேன்
காற்று அடிப்பதும்
கார் மழை பெய்தலும்
எனக்குத் தெரிவதில்லை
கடும் கோடையில் கூட
சூரியன் எட்டிப் பார்ப்பது இல்லை
ஏன் வெம்மை கக்கியது கூட இல்லை
அன்பின் ஓர் உலகு

பூச்சிகளை நான் மறக்கும் நேரத்தில்
தனித்த கொசுக்கள் காதோரம் வந்து அழுகின்றன
சொந்தமாய் சில வண்டுகள் வருகின்றன
என்னோடு உணவு பகிர்ந்து உண்ண
சில வேளைகளில் அவை முதலில் உண்டு

பின் நான் உண்கிறேன்
இல்லையே
அவற்றை சுடு தண்ணீரில் கொன்று
நான் உண்கிறேன்

கரப்பான் பூச்சிகளும்,
பல்லிகளும்
இந்த உலகில்
என்னைப் பார்த்து பயந்து ஓடும் உயிர்கள்
எலிகள் வரும் பாதைகள் அடைக்கப்பட்டு
அவர்களின் திசைகள் திருப்பப்பட்டுள்ளன
அடைக்கப்பட்ட பாதைகளில் சுரண்டும் சத்தம்
அவற்றின் புரட்சி முழக்கம்

நாறும் சுற்றமும், வீட்டுக் குப்பையும்
எனது சுவாச அடையாளங்கள்
சுற்றும் காற்றாடிச் சத்தம்
வெளிக் குரல்கள் வராமல் தடுக்கும் ஒலித் தடுப்பான்
விடிவதும், மறைவதும் எனது உடல் கூறும்
சமிக்ஞைகளால்
மட்டுமே உணர்கிறேன்

சில நேரங்களில்
சமநிலை தப்புவதும் உண்டு
இருந்தும்
ஒன்றும் பிரச்சனை இல்லை எல்லாம் நன்மைக்கே

சாவைப் பற்றி யாரால் யோசிக்க முடியும்
நிரம்பாமல் இருக்கும் அறையில்
தனித்த உடலாய் இருந்து
பார்க்கும் என்னைத் தவிர

காலத்தை நின்று பார்க்கிறேன்
ஏன் இந்த பிறப்பு
பயந்து ஓடும் நாட்கள் என்ன சொல்ல வருகின்றன
நடுங்கும் கைகள் என்ன சொல்ல வருகின்றன
நிமிர முடியா கண்கள் என்ன சொல்ல வருகின்றன
உண்ணும் உணவு எதற்கு
விடியும் காலை எதற்கு
விடும் மூச்சுக் காற்று எதற்கு
மடிந்து போகும் மானிட சதைப் பிண்டத்தைக் கொண்டு
என்ன செய்துவிட போகிறேன்
அடுத்த நாள் அழியப்போகும் உடலை
நான் ஏன் வைத்திருக்கிறேன்
இப்போதே கொன்றால் என்ன?

இழுத்துக் குத்துகிறது
இடதுபக்க நெஞ்சு
வலிந்து உளைகிறது இடது கை
நேராகப் பார்க்க மறுக்கிறது கண்
தலைக்குள் இடித்து வெடிக்கிறது
அமைதியில் இருக்க மறுக்கிறது மனம்
ஆயிரம் காரணம் தேடினாலும்
ஏன் என்று விளங்காத வாழ்விது
அப்படியே மரணித்துப் போகட்டும்
உங்களிடம் ஒரு வேண்டுகோள்
பிணம் நாறுவதற்குள்
புதைத்துவிடுங்கள்

எழுதுவதற்காய் கூர் தீட்டப்பட்ட
பென்சிலின் முனை மலுங்காமல்
எழுதப்படவேண்டிய நோட்டின் தாள்களுக்கு
இடையில் வைக்கப்பட்ட நாட்கள்
தரை ஏற்றிய குளிர்
நோட்டுப் பக்கங்களை உப்பச்
செய்து கணக்கு கூறின
எழுத்துக்களுக்கும்
காலம் வேண்டும்
எழுதவும் காலம் வேண்டும்
இரண்டும் வற்றிவிட்ட நான்
உப்பக் காத்திருக்கிறேன்

ஊழிக் காலத்தின் பெரும் சாமம்
மழைத்துளிகளின் இரைச்சலை
மீறிக் கரைகின்றன தவளைகள்
ஒற்றை நாயின் ஓ என்ற ஊளை
என் வீடுவரை வந்து தெறிக்கின்றது
பீலியின் மிதமிஞ்சிய நீரோட்டங்கள்
பாயை ஈரமாக்க முயற்சிக்கின்றன
கைகளால் அணைத்து வெள்ளத்தை
தடுக்க நினைக்கிறேன்
கரைபுரண்டு ஓடுகிறது வெள்ளம்

முகாமின் முடிவுக் காட்டில்
இருள் கவ்விய பொழுதுகளில்
தனியே நான் நிற்கிறேன்
மிச்சமாய்த் தெரியும் ஒளியில்
கிளைகளும், இலைகளுமாய்
இருக்கும்
முள் மரக்காடுகள்
இணைந்து
கைகளை நீட்டுவது
அரூப உருவமாய்
கண்ணில் தெரிய
நிழல்களுடன்
நான் கை குலுக்க
முயல்கிறேன்

துயரங்கள் விழிக்கப்படும்
இரவுகளில் நான்
அடைக்கப்பட்ட சுவர்களிடம்
பேசுவதற்கு அழைப்பிதழ்
வைத்துக் காத்திருக்கிறேன்

அறை எண்டு பெயர் சொல்லும்
அந்த இருட்டு இடத்தில்
எனது நினைவுகளுக்கு நடுவே
குறுக்கே தடைகளாய் இருப்பவை
அவையே

வெறுமைகளை, வீச்சங்களை
மட்டும் கொட்டுகிறேன் என்று எனது

அழைப்பிதழ் வார்த்தைகளைப் பற்றி
அவை குறைபட்டுக் கொள்ளலாம்
ஆனாலும் அவை அமைதி காக்கின்றன
விடாப்பிடியான எனது அழைப்பிதழை
நான் அவற்றிடம் இருந்து திரும்பப்
பெறும் உத்தேசம் இல்லை

புன்னகை புரிந்து
உடனடியாகச் சினந்து
எனது கண்ணீர்க் கதைகளை
இரண்டு மூன்று வரிகளாக
மௌனித்த சுவர்கள் மீது
கிறுக்கி வைத்துள்ளேன்

முன் சொன்ன சுவர்கள் குறைபட வேண்டிய
'சொற்களின் கோர்வை' இவைதான்
அவற்றுக்கு வேறு பெயர்களை
நீங்கள் வைத்துக் கொள்ளலாம்

வீங்கிப் பெருத்திருக்கும்
என் சுவாசப் பைகளில் நிரம்பும்
காற்றைக் கூட சுவர்கள் தங்கள் மீது
மோதவிட்டே தருகின்றன....
இடையே நான் வரைந்த காதலியின்
உருவத்தைத் தாங்கி
என் அனல்காற்று
தங்கள் மேல் மேவி விடுகின்றன

மரங்களையும் பூக்களையும் சுவர்களில்
இடையிடையே நான் வரைந்து அழிப்பதுண்டு
அவை தங்கள் மீது காய்ந்து போகும் எதையும் வரைய
வேண்டாம் என்று கோரியதால்

நீர்ச்சுழிகளை மட்டும் நான் வரைவதில்லை
பாவம் மௌனமான சுவர்கள்
கரைந்து அழ அவற்றிற்கு நான்
நீர்த்துளிகள் தரப்போவதில்லை

என்றாவது ஒருநாள் எனக்கு
விடுதலைப் பத்திரம் தயாராகலாம்
நான் அதை மறக்காமல் இந்த சுவற்றில்
ஒட்டிவிட்டுப் போவேன்
விடுதலை என்பது
சுவர்களுக்கும் வேண்டும்.

நேற்றைய பொழுதின் முடக்கப்பட்ட நிமிடங்களை
நகர்த்திவிடப் பார்க்கிறேன்
அன்று மிச்சமாய்
எங்களுக்குள் பேசுவதற்கு
அத்தனை இருந்தது
ஆனால் முடக்கப்பட்ட நிமிடங்களுக்குள்
நான் சென்ற பிறகு
பேசுவதற்கு ஒன்றும்
இருக்கவில்லை

கடத்திவிட எத்தனித்த போதும்
முடக்கப்பட்ட நிமிடங்களை
என்னால் தொடக்கூட
முடியவில்லை
நான் நிமிடங்களுக்குள்
முடங்கிப் போய்விட்டேன்

ஒன்றாய், இரண்டாய்
நான் கடக்க நினைத்த நிமிடங்களை
எடுத்துக் காரணம்
சொல்ல முடியும்

ஆனால் முடிவற்ற
முடக்கப்பட்ட நிமிடங்களுக்குள்
நானாக சென்றதுக்குப் பிறகு
நான் என்ன சொல்லியும்
ஒன்றும் இல்லை

உங்கள் நிமிடங்களை
எடுத்ததற்கு
மன்னிக்கவும்

எங்காவது செல்லும் போது
கண்ணீர் அஞ்சலி
பதாகையுடன்
அவள் நிற்பதைப் பார்த்தால்
மிச்சமாய் அவளிடம்
சொல்ல எனக்கு நிறைய இருந்தது
தணிக்கையால் அதை சொல்லாமல்
விட்டேன் என்று மட்டும் சொல்லுங்கள்

பிணக்கூர் ஆய்வாளரின் மேடை
பிளந்து பிரிக்கப்பட்ட உடலாய் நான்
பிளக்கப்பட்டு தைக்கப்பட்டவை அருகே
பிளக்கப்பட வேண்டியவை வரிசையில்

நான் நிர்வணமாய்
மேடையில்
அங்கங்கள் அழும்
நிணநீர் வடியும்
இன்னும் சொட்டுகிறது

சாவின் காரணத்தை அறிய வருபவர்களிடம்
முகத்தில் கொஞ்சமும் சுழிப்பு இல்லை
அடுக்கப்பட்ட பிணங்களை
பிளந்து அறிந்த அனுபவம் அவை

தலையில் தெரிந்த மூளை
நெஞ்சில் இருந்த இதயம்

உடல் கொத்துக்களாய்
நுரையீரலும் ,குடலோடு இன்ன பிறவும்
எல்லாரும் பார்க்கவும் விதமாய்
நான் விரிக்கப்பட்ட பிணமாய்

நாணத்தின் குறிகளுக்கு எங்கும்
இடமில்லை அவை கருத்தில்லா
பொருள்கள் இங்கு

சோதனைகள் தொடங்கியது
மன்னிக்கவும்
எல்லாத்தையும் பார்த்துவிட்டு
இது இயற்கை
இதுதான் சாவின் வழக்கம்
என்று முத்திரை இட வேண்டிய
தாளில் கிறுக்கிவிட்டு
தைத்து தள்ளச் சொல்கிறார்கள்

கொஞ்சமாய் வடியும்
நிணநீரைக் கேட்டால் கூட
சொல்லி இருக்கும்
என் சாவின் சூட்சுமத்தை

முடிப்பதற்கு என்று சொற்களை
நான் கடன் கூட வாங்கி வைக்கவில்லை
துணிவைத்துக் கட்டும் போது
முகத்தையும் சேர்த்துக் கட்டுங்கள்
இனி நான் முகங்களைப் பார்க்க விருப்பவில்லை

பேப்பர்கள், பென்சில்கள், பேனாக்கள்

இது எழுதுவதைப் பற்றியது மட்டுமே

1

ஒற்றைக் குச்சி கொண்டு
வட்ட நிலத்தைத் தட்டுகிறாள்
பாட்டிக் கிழவி

பட்டிப் பறவைகள்
பறத்தலைப் பற்றி
நினைக்கும் போது
இறக்கைகள் அடித்துக் காட்டுகின்றன

மண்ணில் முகத்தை புதைக்க முடியா பிணங்கள்
தலை தூக்கிப் பார்க்கின்றன

எப்போதோ வெடித்த செல்களின்
சத்தம்
எங்கள் போர்வைக்குள்
இரத்தம் கசிய வைக்கிறது

கம்பிக்குள் வேர்த்துப் போகும்
கைகள் திறப்புகளுக்காகக்
காத்திருக்கின்றன

மகள்களை
மணல் வெளியில்
விளையாடச் சொல்ல
வாயெடுத்த குரல்கள்
கரகரத்து அடங்குகின்றன

தொலைக்கப்பட்ட சாவியைத் தேடி
போடப்பட்ட கடிதங்கள்
விலாசம் இல்லாமல் பெட்டியிலேயே
இருக்கின்றன

பூட்டின் கனத்தை கவிதையில் கொண்டுவருவது
கைகள் இரண்டில் இருக்கும்
விரல்கள் பத்தின் வேலை
தோல்வியின் சோகச் செய்தியை
வாசித்துவிட்டு
ஓய்வுக்குப் போகிறது
விரல்கள் முன்னெடுத்த
போராட்டம்

2

நட்ட நடு ராத்திரியில்
தார் சீட்டுகளால் அடைபட்ட வீட்டிற்குள்
ஓட்டைகள் வழியே
மூசிப் பெய்யும் பனிக் குளிரில்
எட்டுத் தாள்கள் மட்டும்
கரையான்களால் தின்று தீர்க்கப்படாமல்
மிச்சம் இருக்கும் நோட்டில்
கடைசியான வார்த்தைகளைத் தந்துவிட்டு
தற்கொலைக்குத் தயாரான
பேனாவோடு கிறுக்குவதற்கு
அமர்கிறேன்
இரண்டு வரி வரைக்குமாவது
எல்லாம் தாக்குப் பிடிக்க வேண்டும்

3

நெருக்கி எழுத
பழக
வாழ
நோக
சாக
எனக்குக் கற்றுக் கொடுத்தவை
பேப்பர்களும் பேனாக்களும்

4

எனது எழுத்துகளில்
இரத்தத் துளிகள்
உங்கள் கண்களுக்குப் படலாம்
அவை கொலைப் படலங்களின்
சாட்சியங்கள்
பதறாதீர்கள்
எனது நாட்களில்
பகல் இரவு என்று பாராமல்
குருதி உறுஞ்சிக் கொண்டிருந்த
கொசுக்கள் கொல்லப்பட்டவை
இங்கு சாட்சியாக்கப்பட்டுள்ளது
சுரண்டலின் எதிர்ப்பாக

5

நான் பேசுவதற்கு அனுமதி வாங்க
நிரப்பப்பட்ட படிவத்தைக் கையில் ஏந்தி
அமர்ந்திருந்த நேரத்தில்
அனுமதிப் பத்திரங்கள் தேவைப்படா
பெரும் கவி என்னைக் கேட்டார்
ஒரு நாளைக்கு எத்தனை
கவிதைகள் எழுதுவீர்கள் என்று
"பேப்பரும். பேனாவும்
அவை முடியும் நேரத்தைப் பொறுத்தவை " என்றேன்.
இந்த ஏளனப் பார்வையையும் அதில் குறித்து
வைத்துவிடு என்று சொல்லிச் சென்றார்.

6

வரிகள்
பாதியில்
நிற்க
என் விரல் தாங்கும்
பேனா இப்போதே
விட்டு விட்டு எழுத ஆரம்பிக்கிறது...
அதிகம் இல்லை
கொஞ்சமாய் மிச்சம் இருக்கும்
வெள்ளை தூரம் வரை சென்றால் போதும்

7

கிழிக்கப்பட்ட பேப்பரை
வேறு நோட்டில்
ஒட்டவிட்டுத் தந்தால்
என்ன எழுதமுடியும் ?
நான்
ஒன்று
இரண்டு
மூன்று
என்று எண்கள் எழுதிவிட்டு
அமைதியாக இருப்பேன்
எனக்கு செய்ததைப் போல்.
நான் அகதியுரையாடலுக்குப் போகவில்லை

8

படுத்து எழுதுவதற்கு
பேனாக்கள் பொருத்தமில்லாதவை
இடுப்பொடிந்து
மூலையில் கிடக்கும் எனக்கு
பென்சில்களே
வாட்டமானவை
என்ன
அவற்றை அடிக்கடி
தீட்ட வேண்டும்
அய்யோ!
நீங்கள் கவலைப்படாதீர்கள்
நான் எழுதுவதற்கு
அதிகம் இல்லை

9

எழுதுவதற்கு
ஒளி பீச்சும் சிம்மினி
கருமைக்குள் செல்வதற்கு
கடைசி ஒளியை விடத் தயாராகிறது
இருமையைத் தவிர்க்கும்
வெள்ளைத் தாள்கள்
என்னிடம் இல்லை

10

அடுத்து பெரிய கவிதை ஒன்று எழுதுவதாய் திட்டம்
ஆனால் நோட்டில் இடமில்லை
என்று குறுக்கச் சொல்கிறார்கள்
குறுக்கப்பட்ட இடத்தில்
நெடுங்கவிதையை எழுதுவதற்கு
பதில்
இடத்திற்கு ஏற்ற
சொற்களை மட்டும் நிரப்பி விட்டு
விட்டு விடுகிறேன்
புரிகிறதா?

கேள்விகளும் பதில்களும்

கேட்கப்பட்டவையாக, சொல்லப்பட்டவையாக

ஒரு கற்பனை

கற்பனை மட்டும்

நீங்கள் யார்?

அம்மாவின் யோனிக்குள் நீந்திச் சென்ற
முதல் விந்துக்கு
குத்தப்பட்ட
அகதி எண்

I

சரி, உங்களைப் பற்றி?

மூன்று முகாம் மாறியவன்
27 வருடம் மறுவாழ்வு முகாமில் சட்டவிரோதக் குடியேறி
1762 முறை தணிக்கை காட்டியவன்
4733 முறை வரிசையில் நின்றவன்
630 முறை கைரேகை வைத்தவன்
தமிழ் அகதி
சட்டவிரோதக் குடியேறி
மலையகத் தமிழ்
முஸ்லிம்
ஈழத் தமிழ்
எல்லாப் பெயருக்கும் பொருத்தமானவன்
எல்லாவற்றையும் தாண்டி
சிரிக்கத் தெரியும்
பசி எடுக்கும்
அழத்தெரியும்
அன்பு, காதல், பாசம்
எல்லாம் உண்டு
கோபம், வெறுப்பு, அச்சம்
இவையும் உண்டு
கடைசியாக
குடும்ப அட்டை எண்: 427
அகதிப் பதிவு எண்:2245
வீட்டு எண்: K 45

II

உங்கள் கவிதைகள் பற்றி?

முதலில் நன்றி

நிலமும் போரும்
என்னில் பிறக்காதவை
கோடுகள், வரைபடங்கள்
எனக்குத் தெரியாதவை
கோபுரம், மகுடங்கள்
நான் சொல்லாதவை
ஆயுதம், வீரம், சாதி
நான் வெறுப்பவை

இடுக்குகளில் சிக்கியவர்களில்
சிந்தப்பட்ட உயிர்கள்
சொல்ல வேண்டியவை என் வழி வந்தவை
அவற்றுக்கு
இடம் விடும் வேலைகளை
என் கவிதைகள் செய்கின்றன

III

குடும்பம் பற்றி

குடும்ப அடையாள அட்டைப்
புகைப்படத்தில் அடைக்கப்பட்ட
ஏழு அகதிகள் நாங்கள்
மன்னிக்கவும் – சட்ட விரோதக் குடியேறிகள்

குறிப்பு: மூன்று முறை அடித்து எழுதப்பட்ட வரிகள் இவை

IV

உங்கள் காதல் பற்றி

அரசு அனுமதி பெற்றுக் காதலிக்கும்
விருப்பம் எனக்கு இல்லை

V

முகாம் காதல் பற்றியாவது ஏதாவது கொஞ்சம்?

ஒற்றைச் சுவர்களுக்கு மத்தியில்
இன்னும் உயிர்கள் இருக்கின்றன

VI

உங்கள் இருப்பை எப்படி பதிவு செய்கிறீர்கள்?

மன்னிக்கவும்.
குடும்ப போட்டோ கார்டில்
ஒட்டப்பட்ட
குட்டித் தாளில்
என்னைப் பார்த்து உறுதி செய்து
எழுதும்
கி.யூ பிராஞ்ச்காரன்
கையில் இருக்கிறது
எனது இருப்பின் பதிவு
காட்நம்பர் 531-ல்
3வது ஆள் நான்

VII

திருமணம் பற்றி சொல்லமுடியுமா?

அங்கீகாரம் அற்ற மனிதர்களுக்கு
கயிரும், மோதிரமும், கிறுக்கப்பட்ட தாளும்
காட்டும் இணைப்புச் சித்திரம்

VIII

உங்கள் குழந்தைகள்?

இன்னொரு சட்டவிரோதக் குடியேறி
பெற்றுக் கொள்ள விருப்பம் இல்லை
பிறக்காத சுதந்திரம்

IX

நாட்குறிப்பு எழுதுவீர்களா?

இன்று நான் பயன்படுத்தும் மூன்று வருடத்திற்கு
முந்திய நாட்குறிப்பில்
இரங்கல் கவிதைகளும்
அஞ்சலிக் குறிப்புகளும்
மிச்சம்

X

மறந்துவிட்ட கவிதைகள் பற்றி?

அவை சிறந்தவை
நீங்கள் பேறு பெற்றவர்கள்
நான் அபாக்கியவாதி

XIII

அழுகை பற்றி?

வார்த்தைகள் பிரசவிக்க முடியாத
வலி

XIV

காதலிக்கு கவிதை?

அவள் பொய்கள் விரும்புவதில்லை
உண்மை நான் எழுதக் கூடாதவை
அகதியின் காதல் கவிதை
இரண்டிற்கும் இடையில் சிக்கி இருக்கிறது

XV

முகநூலில் உங்கள் கவிதைகளைப் பார்ப்பதில்லையே?

அச்சில் பதிப்பது ஆவணம் என்று என்னை நான்
ஏமாற்றிக் கொண்டிருக்கிறேன்

XVI

ஏன் கவிதைகள் எழுதுகிறீர்?

கெட்ட வார்த்தைகள் அச்சிட்டுத் தருவது
உங்களுக்கு
அவ்வளவு நாகரீகமாக இருக்காது என்பதால்

நீங்கள் ஈழ எதிரியா?

கொஞ்சம் நெஞ்சைத் தட்டுங்கள்
முப்பது வருட கொட்டடி வாழ்வை
நீங்கள் கூப்பாடு போட்டு
மறைத்ததைக் கேட்ட
என்னிடம் கேட்க வேண்டிய கேள்வியா இது
ஆங்.. ஒரு நிமிடம்
இதயமில்லா இடத்தில் நீங்கள் தட்டுவதை நிறுத்தலாம்

XVII

நீங்கள் ஏன் வேறு வேறு நோட்டுப் புத்தகங்களில் எழுதுகிறீர்கள்?

எனக்கு வழங்கப்பட்டவை
பயன்படுத்தப்பட்ட நோட்டின் மிச்சம் இருக்கும்
இடைவெளிகளே
முதல் வரிக்குள் முடிந்து விடுகின்றன எனது
நோட்டுக்கள்

XVIII

சாதி பற்றி

இடிந்த மண்டப சிதிலங்களில்
இன்னும் விடாது சரியும்
கற்களில்
வடியும்
புண் சீல்கள்.
எங்களின் தனிச் சாபம்

XIX

புத்தகம் பற்றி?

மக்காமல் அழுகிக் கொண்டிருக்கும்
நச வாழ்வில்
அனுமதி பெறாமல் நான் வெளி உலகம்
செல்ல உதவும் கருவிகள்
என்ன... எழுதத்தான் எங்களுக்கு
அனுமதி இல்லை

XX

மறக்க நினைப்பதாக ஏதாவது?

தூக்கிப் பிடித்த சிலேட்டில்
எண் எழுத்தப்பட்ட நொடியில்
ஆரம்பித்த அகதி வாழ்வு
நிற்காமல்
தொடரும் இந்த நொடிவரை
மறக்க ஆசை

XXI

அப்படி என்றால் இலங்கையில் சிறப்பாக
வாழ்ந்தீர்களா?

*அங்கு செத்துப் பிழைத்தோம்
இங்கு பிழைத்துச் சாகிறோம்*

XXII

தட்டுப்பாடு பற்றிக் கூறுவதென்றால்?

ஞாயிற்றுக் கிழமைகளில் பைனான்ஸ்காரனுக்கு
கொடுத்தது போக..
மிச்சத்தை வைத்து
அடுத்த ஒரு வாரம்
கடந்து செல்வது

XXIII

முகாமில் குடி?

தத்தளித்தோர் மூழ்கி எழ
மூழ்கி எழுந்தோர் தத்தளிக்க

XXIV

காமம் பற்றி?

துளிர்க்கும்
சின்னச் சின்ன முயங்கல்கள்
கூட தடைசெய்யப்பட்ட
மௌனப் பிரதேசத்தில்
பெருகிக் களைக்கும்
அதிரூபம்

XXV

புணர்தல் பற்றி?

எனது கவிதைகளை
ஒவ்வொரு முறை
புணரும் போதும்
அவை எனக்கே
இரண்டு மூன்றாய்
பிறப்பது

XXVI

முகாம் பற்றி மட்டும் எழுதுகிறீர் ஏன்?

கண்ணில் படுவதும்
கண்ணில் உறுத்துவதும்
அதுவே

XXVII

நீங்கள் தமிழர் தானே?

மொழியால் இன்னும் தமிழ் பேசுகிறேன்
'தமிழ்' நாட்டில் இருந்தாலும்
நிலத்தால் இன்னும் வரையறுக்கப்படவில்லை
அது இறுதியானதும்
கண்டிப்பாக அறிவிக்கிறேன்
அதுவரை
தமிழ் நிலத்தில்
தமிழ் அகதி

XXVIII

எழுதிய வார்த்தைகளை திரும்பத் திரும்ப ஏன் எழுதுகிறீர்?

மிச்சமும் சொச்சமுமாய்
எங்களுக்கு என்று
விலக்கப்பட்டவை அவையே
தணிக்கை தவிர்க்கப்பட்ட
அகராதி தந்தீர்கள் என்றால்
அதைப் பயன்படுத்துவேன்

XXIX

ஒருவரிக்கு மேல் இன்னொரு வரி ஏன் கிறுக்கிறீர்?
மன்னிக்கவும் எழுதுகிறீர்?

முதலில் சொன்னவையே இருக்கட்டும்
புகை மண்டிய லாந்தர் வெளிச்சத்தில் ஆக முடிந்தது
அவ்வளவே
எழுதிய தாளில் ஏன் எழுதுகிறீர்
என்று நீங்கள் கேட்கவில்லை

XXX

எழுத்துக்களில் நன்றி, மன்னிப்பு அதிகம் தெரிகிறதே?

தனித்த வார்த்தைகளில்
எனக்கு அதிகம் பழக்கப்பட்டவை
அவையே

XXXI

எழுதும்போது ஏன் இடைவெளி விடவில்லை?

முகாம்களின்நிலையைஇதைவிடஎப்படிக்காட்டுவதுஎன்
றுதெரியவில்லை

XXXII

ஏன் எழுதுவதற்கு பென்சிலைத் தேர்வு செய்கிறீர்கள்?

வழங்கப்பட்ட இடத்தில்
மீண்டும் மீண்டும் அழித்து எழுதலாம்
எப்படி இருந்து எழுதினாலும் எழுதும்
எழுதியவை நிலைத்து நிற்காது
நான் எழுதுவதை மட்டும் சொன்னேன்

XXXIII

எப்போதும் பென்சில், பேனா, நோட்டுக்கள் பற்றி
அதிகமாக எழுதுகிறீர்?

நான் வாழ்தல்/இருத்தல்/ உயிர்த்தல்
பற்றி எழுதுவதாக அல்லவா நினைத்தேன்

XXXIV

தற்கொலைகள் பற்றி?

முகாமில் விடுதலைக்காக காட்டப்பட்ட தவறான வழி

XXXV

பென்சிலுக்கும் பேனாவுக்கும் என்ன வித்தியாசம்?

முகாம் எல்லைக் கோடுகளுக்கு உள்ளே இருப்பதும்
அந்த எல்லைக் கோட்டிற்கு வெளியே இருப்பதும்

XXXVI

கடவுள் பற்றி?

முகாமில் இருப்பவரிடம் கேட்கக் கூடாத கேள்வி
எங்களுக்கு வீடு இல்லாதபோதும்
கடவுள்களுக்கு வீடு கட்டிய சனங்களுக்கு
இன்னும் எதுவும் செய்யாதவர்கள்
பற்றி நான் என்றும் பேசுவதில்லை

XXXVII

முகாமில் கல்வி?

எங்களுக்கு இருந்தும் பயன்படாதவைகளில்
அதுவும் ஒன்று

XXXVIII

விடுதலை என்றால்?

சுவர்களுக்கு வெளியே மூச்சுவிடுவது

XXXIX

சிறைகள் பற்றி உங்கள் கருத்து?

நாங்கள்
வாழும்மிடங்கள் பற்றி
கருத்துக்கள் சொல்ல அனுமதி இல்லை

XL

ஈழம் பற்றி?

ஈழம் என்பது நிலம் "மட்டும்" அல்ல

XLI

இன்னும் ஈழம் பற்றி 'மட்டும்' பேசுவோர் பற்றி?

அது அவர்கள் வியாபாரம் சம்பந்தப்பட்டது.

XLII

புலம்பெயர் சமூகம் பற்றி?

ஈழ வியாபாரத்தின் முக்கிய பங்குதாரர்.

XLIII

எண்களை ஏன் கவிதைக்குப் பின் எழுதுகிறீர்கள்?

இதிலாவது எங்களுக்குப் பின்னால் எண்கள் வரட்டுமே?

XLIV

பொதுவாக கவிதைகளுக்கு தலைப்புகள்
வைப்பதில்லை ஏன்?

எங்களுக்கே பெயர் முடிவாகாதபோது
கவிதைகளுக்கு நான் என்ன செய்துவிடமுடியும்.

XLV

தன் வரலாற்றுக் குறிப்பு - இரு வரிகளில்?

சுதந்திரத்திற்கு நன்றி

வெளிக்கு
நான் அகதி
உள்ளே
நான் சட்ட விரோதக் குடியேறி
ஆக மிச்சம் அடையாள அட்டை
எல்லை மீறப்பட்டது அது பழக்க தோசம்

XLVI

நீங்கள் கேட்க வேண்டியது ஏதாவது?

பதில்கள் மட்டும் சொல்ல பழக்கப்பட்டவன் நான்

XLVII

நன்றி

தேவனே, தேவனே
சிலுவையைப் பார்த்து நான்
பிரார்த்தனை செய்கிறேன்

நான் உச்சரிக்கும் சொற்களை
உம்மால் கேட்க முடியுமா?
நான் செய்வதெல்லாம் உம்மால் பார்க்க முடியுமா?
உம்மைப் போன்று இருக்கின்றன
மனிதர்கள் செய்கின்றவற்றை
உம்மால் பார்க்க முடியுமா?
என் கால்களைப் பிணைத்துள்ள
சங்கிலிகளை
உம்மால் உடைத்தெறிய முடியுமா?
எனக்கு அடிவிழாமல் பார்த்துக் கொள்ள
உம்மால் முடியுமா?
என்னுடைய மனைவியை, மகளை, மகனை

திரும்பவும் என்னுடன் சேர்த்து வைக்க முடியுமா?
அடிமை முறைக்கு முடிவு கட்ட
உம்மால் முடியுமா?

தேவனே தேவனே எங்களுக்கு
உண்மையான சுதந்திரத்தை
வழங்க உம்மால் முடியுமா?
நான் ஏன் உம்மிடம் இதைக்
கேட்கிறேன்? – யோசித்துப் பாரும்
நான் சொல்ல வருவது இதுதான்.
உம்மால் என்ன செய்ய முடியும்?

தேவனே, நான் செல்லவேண்டிய
நேரம் வந்துவிட்டது- என்று
நான் நினைக்கிறேன்
நான் இன்னும் கொஞ்சம்
தெரிந்துகொள்ளவே விரும்பினேன்
அவ்வளவுதான்

இதைவிட நல்ல நிலைமையை
உருவாக்குவது எப்படி என்று
கேட்கும் எனது தனிப்பட்ட கடிதமாக
இதை எடுத்துக் கொள்ளும்

இறுதியாக, நான் உம்மை
நேசிக்கிறேன் என்று சொல்ல
என்னை அனுமதியும் தேவனே.
ஏனென்றால், நாங்கள் இன்னும்
உழன்று கொண்டிருக்கும்

இதே நரகத்தில்தான்
நீரும் ஒரு காலத்தில் உழன்றீர்

ரூபஸ்
அடிமை
(தமிழில் : வெ.கோவிந்தசாமி)
(மூமியா சிறையும் வாழ்வும் நூலில் இருந்து தேர்தெடுத்த பத்திகள்)

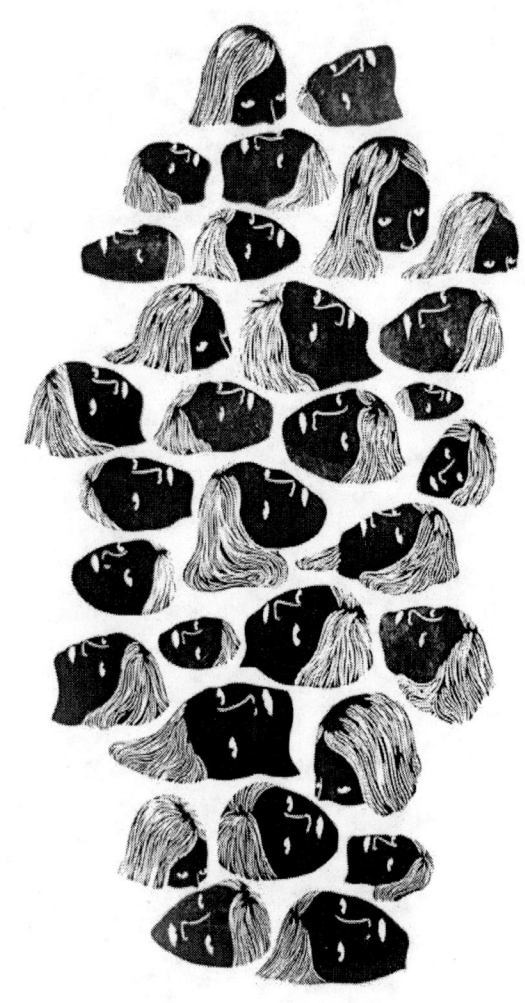

பின்னுரைகள்

நித்திரைகள் கெடும் காலம்

காருண்யத்திற்கு பெயர்போனது இந்த மண். வாடிய பயிரை கண்டபோதெல்லாம் வாடினார் வள்ளலார். தனிஒருவனுக்கு உணவில்லாதபோது இந்த ஜகத்தினை அழிக்கத் துணிந்தார் பாரதி. உலகத்தார் எல்லோரையும் உறவென்றார் பூங்குன்றனார். எஞ்சி நிற்கும் இம்மண்ணின் பெருமைகளில் இதுவும் அடங்குமென்று நம்பிக்கொண்டிருந்தேன் விஜிதரனின் படைப்புகளுக்கும் நுழையும் வரை. முகாம் என்ற வார்த்தையை தவிர்த்து அதுபற்றிய எந்த தெளிவும் இல்லாத எனக்கு அந்த எழுத்துக்கள் காட்டியது இம்மண்ணின் இன்னொரு முகத்தை. உடலும் உயிரும் தவிர்த்து எது ஒன்றுமே இல்லாதவர்களாய் இங்கு வந்தவர்களின் நிலை இன்று எதைவிடவும் கொடுமை. இம்மக்களின் இந்த வாழ்வியலைத்தான் எந்த பூச்சும் இல்லாத மொழியில் கவிதைகளாக்கி இருக்கிறார் விஜிதரன். மேலும் எந்த இலக்கிய/ இலக்கண மனநிலையோடும் கையாளப்பட வேண்டியதல்ல இப்படைப்பு. அழகியல், அலங்காரம், மரபு என எல்லாவற்றையும் உடைத்து தொகுப்பு முழுக்க கேள்விகளையும், நாம் ஒருபோதும் கேட்க முன்வராத கேள்விகளின் பதில்களையும் முன் வைத்துள்ளார்.

மனிதர்களை போலவே எழுத்துக்களும் குரல் இருப்பதாய் தீர்க்கமாய் நம்புகிறவள் நான். அன்னையாய் தாலாட்டும் எழுத்துக்களில் தலைவைத்து நித்தம் தூங்குகிறவளுக்கு இப்போதெல்லாம் கொடும் கனவாய் வருவது தமிழகத்தின் அகதி முகாம்கள். விஜிதரனின் படைப்புலகத்தில் நுழைந்த கணம் தொட்டே மூன்று தலைமுறையின் கேள்விகள் என்னை துரத்திக்கொண்டே இருக்கின்றன. இந்த எழுத்துகளில் ஒலிக்கும் குரல்களும் அது கேட்கும் கேள்விகளும் கட்டாயம் வாசிப்பவர்களின் தூக்கத்தையும் கெடுக்கும் என்றே நம்புகிறேன்.

எப்போதைக்குமான அன்புகளுடன்

கவிஞர் தீபிகா நடராஜன்

அ ஆ ...

> "அங்கு செத்துப் பிழைத்தோம்
> இங்கு பிழைத்துச் சாகிறோம்"

அநாகரிக தர்மபாலா, ஆறுமுக நாவலர் இருவரும் இலங்கையின் இன்றைய நிலைக்கான காரணிகளில் முக்கியமானவர்கள். பௌத்த மறுமலர்ச்சி என்று கூவிய அநாகரிக தர்மபால சிங்கள பேரினவாதத்தின் கோரமுகம். மறுபகுதியில் சைவ மறுமலர்ச்சி என்று கூவிய ஆறுமுகநாவலர் சைவ வெள்ளாளிய மேட்டிமை வாதத்தின் கோரமுகம். 19 ஆம் நூற்றாண்டில் ஒலித்த இவ்விருவர் குரலும் பின்னாளில் தமிழ் சிங்கள இன முறுகலுக்கான காரணிகளில் முக்கியமானவை அமைந்திருக்கிறது. இந்த இரு மதவாதிகளும் கட்டி எழுப்பிய இன முறுகல் காலனிய ஆட்சியாளர்களால் உருவாக்கப்பட்ட நிர்வாக குழுக்களால் மேலும் மேலும் இறுக்கமடைந்து இலங்கையின் காலனியவாதிகள் வழங்கிய சுதந்திரத்திற்கு பின்னான காலகட்டத்தில் மோதல்களாக உருவெடுக்கிறது. இவை சிங்கள, தமிழ் சமூகங்களுக்கே எந்தவித நன்மையும் செய்யாமல் அவற்றை சிக்கலான நிலைக்கே கொண்டு சென்றுள்ளன. வரலாறுகளில் தனிநபர் பாத்திரங்கள் மட்டும் முக்கியம் இல்லை. இருந்தாலும் அவற்றையும் பேசவேண்டியது முக்கியமானது.

இந்த மோதல்களின் பல்வேறு காலகட்டங்களில் தமிழ்ச் சமூகம் பாரிய புலப்பெயர்வுக்கு உள்ளாக்கப்பட்டதில் அமெரிக்கா, ஐரோப்பா, ஆஸ்திரேலியா, தெற்காசியா மற்றும் ஆப்பிரிக்க தேசங்களுக்கு புலம்பெயர்ந்ததைப் போலவே

இந்தியாவிற்கும் புலம்பெயர்ந்தார்கள். மற்றைய தேசங்களுக்குப் புலம்பெயர்ந்தவர்களின் வாழ்க்கைத் தரம் மேலே மேலே என உயர்ந்து கொண்டிருந்த வேளையில் இந்தியாவில் அதுவும் தாய்த்தமிழகத்தில் கீழாக மேலும் கீழாக நசுக்கப்பட்டுக் கொண்டிருந்தார்கள். அகதி என்னும் அந்தஸ்திலிருந்து சட்ட விரோதக் குடியேறிகளாக கீழ் இறக்கப்பட்டு முகாம் கொட்டில் எனும் திறந்தவெளிச் சிறைக்குள் அடைக்கப்பட்டார்கள். 30 ஆண்டுகளுக்கு மேலாக இன்னமும் அடைக்கப்பட்டே இருக்கிறார்கள்.

தம் விடுதலை குறித்து சிந்திக்கும் எந்தவொரு ஒடுக்கப்பட்ட சமூகமும் தம் துக்கங்களையும், துயரங்களையும், அவலபாடுகளையும் ஏதாவது ஒரு முறையில் வெளிப்படுத்த முனையும். அவை சித்திரங்களாக, பாடல்களாக, கதைகளாக, நாடகங்களாக வெளிப்படுத்தி நிற்கும். அவற்றிற்கு நாம் கலை இலக்கியம் என பெயர் சூட்டி வளர்த்தெடுத்து வருகிறோம். அப்படியான கலை இலக்கியங்கள் தாய்த் தமிழகத்தின் அகதிகள் முகாம்களுக்குள்ளும் வளர்த்தெடுக்கப்பட்டன. 1990களில் இருந்து சமகாலம் வரை எழுதிக் கொண்டிருப்பவர்களில் பத்தினாதன், தெம்மாடுகள் உதயன், சு. சிவா, ஈழ பாரதி, சுகன்யா ஞானசூரி, நடராஜா சரவணன், .சி. விஜிதரன் என விரல் விட்டு எண்ணும் அளவில் இருந்தாலும் சமீபகாலமாக இவர்களின் படைப்புகள் விரிகை நிரப்பத் துவங்கியுள்ளன.

ஏதிலி நாவல் மூலம் அறியப்பட்ட விஜிதரனின் தன்னெழுச்சி மிக முக்கியமான ஒன்று. தான் வாழும் சமூகத்தின் நிலை குறித்த கவனக்கோரலை எழுப்புகிறார். சாதி, மத, இனக் குறியீடுகளுக்குள் அடைக்க முடியாத பொதுவுடமை சித்தாந்தத்தின் சுடராக வெளிப்படுகிறார். நாவல், கவிதை, சிறுகதை, கட்டுரை, மொழிபெயர்ப்பு என பன்முகத்தன்மை கொண்டவரின் இரண்டாவது கவிதை தொகுப்பான “மரண வீட்டின் முகவரி” வடிவமைப்பிலும், பேசுபொருளிலும் புதிய தடம் ஒன்றைப் பதிக்கிறார். மரண வீட்டின் முகவரியை குருதி

வழியும் பாடலின் இரண்டாம் பாகம் என பிரகடனப்படுத்துகிறார். அநாகரீக தர்மபாலாக்களாலும், ஆறுமுக நாவலர்களாலும் (அஆ..) முகவரியற்றவர்களாக ஆக்கப்பட்ட சமூகத் திரளில் இருந்து நீங்கள் எதை எதிர்பார்க்க முடியும்? மரண வீட்டின் மலர்கள் உங்களுக்கு மஞ்சத்தின் சுகந்தத்தையா தந்து விடப் போகிறது? பிணக்கூறாய்வு அறையில் வழியும் நிணங்களுக்குச் சமமான வாழ்நிலை கொண்ட முகாம் வாழ்வு குறித்த ஒவ்வொரு சொற்களுக்குள்ளும் வழியும் குருதியின் வெம்மையை உணர்ந்துகொண்டால் நீங்கள்தான் மகத்தான மனிதர். மரணவீட்டில் மனிதம் மரித்து விடவில்லை. அவர் சொல்வதைப் போல் முகாம் லைன் வீட்டின் சுவர்களில் இன்னும் உயிர் இருக்கிறது என்பதற்கு ஒப்பானது.

அ.சி. விஜிதரன் தன் கவிதைகள் வழி இதுவரை காலம் பாரா முகமாய் இருந்த சமூகத்தின் மீது அவர்களின் வாழ்வின் மீது ஒரு ஒளியை பாய்ச்சுகிறார். இது காலத்தின் தேவையும் கூட. சாதியாக, மதமாக, இனமாக, மொழியாக ஒன்றிணைந்து பாசிசத்தினை வளர்த்தெடுக்க முனையும் சமூகத்தில் இருந்து மனிதம், மனிதர்கள் என்ற மகத்துவத்திற்கான குறிப்புகள் ஊடாக மரண வீட்டின் முகவரியை தேடிக் கண்டடைய உங்களை அழைக்கிறார். அவரும் நானும் வேறு வேறல்ல. அவ்வீட்டின் பிரதிநிதிகள்.

கால் நூற்றாண்டுகளுக்கு மேலாகியும் கவனிப்பாரற்று இருந்த சமூகத்தின் பாடுகளை சிறந்த படைப்புகளாக்கி ஆவணப்படுத்தும் செம்மையான பணியில் மென்மேலும் சிறப்படைய அவரை வாழ்த்துகிறேன்.

கவிஞர் சுகன்யா ஞானசூரி

30/12/2022.

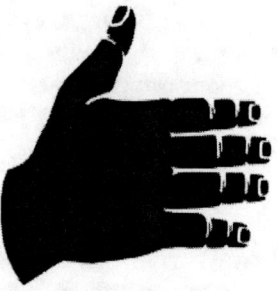
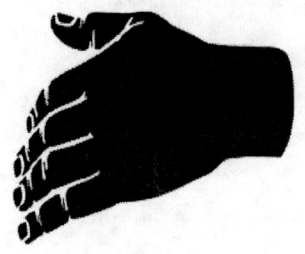

நன்றியாக சில வார்த்தைகள்...

ஒவ்வோரு நூலிலும் அதன் ஆக்கத்திற்கு மட்டுமல்ல, எனது பயணத்தின் தொடர்ச்சிக்கு உறுதுணையாக இருப்பவர்களை நன்றியோடு நினைவு படுத்துவதைக் கடமையாகக் கருதுகிறேன்.

நண்பன் ரமேஷ், மகள் தமிழினி, அப்பாவும், மகளுமாய் இந்த உலகைவிட்டுப் பிரிந்த இருவருக்கும், புற்றுநோயால் இல்லாமல் போன நண்பர் சுதர்சன், கொரோனா எடுத்துக்கொண்ட அத்தான் ஃபெலிக்ஸ் மற்றும் திரைக்கலைஞர் தோழர் ராம் உங்களை நினைவில் கொள்கிறேன்.

தமிழர் குடியுரிமை இயக்கம் தமிழ்நாட்டில் இருக்கும் தமிழ் அகதிகள் தொடர்பில் பல்வேறு முன்னெடுப்புக்களைச் செய்துவருகிறது. அதுவே அகதிகள் தொடர்பில் எனது பார்வைகளை இன்னும் கூர்மையாக்கியது. தமிழர் குடியுரிமை இயக்கத் தோழமைகள் சரவணன், சிவா அண்ணா, தேவா அண்ணா, தினேஷ் அண்ணா,வினோதன் அண்ணா ஆகியோருக்கு நன்றி.

இந்தப் படைப்பு உருவாக்கத்தில் பல்வேறு ஆலோசனைகளை வழங்கி பின்னுரை தந்த, உற்ற தோழமை கவிஞர் தீபிகா நடராஜன் அவர்களுக்கு அன்புகள். கவிஞர் சுகன்யாஞானசூரி பல்வேறு பணிகளுக்கு இடையில் படைப்பை மெருகேற்ற ஆலோசனை வழங்கி, பின்னுரை தந்தமைக்கு மிக்க நன்றி.

ஊடாட்ட ஆய்வுக் குழுத் தோழர்கள் இல்லாமல் எனது எந்தப் பணியும் இல்லை. தோழர்கள் தமிழ் காமராசன், பிரவீன்ராஜ், தனபால், மகேஷ், நடராஜ், வேலு, யாழினி முனுசாமி ஆகியோருக்கு அன்பு.

அம்மா சிவபாக்கியம், அப்பா அருந்தவராஜா ஆகியோருக்கு வார்த்தைகள் வைத்து நன்றி கூற இயலாது. அக்கா சர்மினியும் தம்பி சுஜிராஜும். இந்தப் பயணத்தின் எனது பெரும் தூண்கள்.

அவர்களுக்கு என்றும் என் அன்பு. அத்தான் பால்ராஜுக்கும், தங்கை சோபனாவுக்கும் மருமகன் துவாரகன் ஆகியோருக்கும் அன்புகள்.

உற்ற உடன் பிறப்பாய் வாழ்வின் அனைத்துத் தருணங்களிலும் உடன் இருந்து என்னைத் தாங்கும், எனது பயணத்தை தொடரச் செய்யும் உந்துசக்தி தங்கா சங்கீதா உனக்கு என்றும் அன்புகள். அம்மா ராணி, அப்பா உத்தமநாதனுக்கும், மௌனிக் குட்டிக்கும் அன்புகள்.

அண்ணாமலைப் பல்கலைக்கழக அரசியல் அறிவியல் துறைத் தலைவர், எனது முனைவர் பட்ட ஆய்வு நெறியாளர் பேராசிரியர் சி. சுப்ரமணியன் அவர்கள் இங்கு குறிப்படப்படவேண்டியவர். தமிழ்ப் பேராசிரியர் ராஜா அவர்களுக்கு எனது நன்றி.

இந்திரா அக்கா, வாரிசுகள் மெர்வின், நவன்யா ஆகியோருக்கு அன்பு.

அக்கா மஞ்சு, மாமா முத்துவேல் குடும்பம். இன்னொரு தாய்வீடு. அவர்களின் அன்பும் அரவணைப்பும் நன்றிகளுக்கு அப்பாற்பட்டது. மருமகன்கள் வேதாவிஷ்ணு, சாய்ஸாஷ்னுவுக்கு அன்புகள்.

தோழமையில் உடன் இருப்பது என்றால் முனைவர் பேராசிரியர் ரேவதியைச் சொல்ல வேண்டும். தொடர்ந்து என் வேலைகளில் பங்கெடுத்து, இன்முகத்தோடு செய்துதந்து, அன்பு காட்டி என்னோடு பயணித்து வரும் அவருக்கும், மகள் நேத்திராவிற்கும் அன்புகள்.

தொடர்ந்து ஊக்கப்படுத்தி, அண்ணனாக இருக்கும் இயக்குனர் நோவா (அ) ஆப்பிரகாம் அவர்களுக்கு அன்பு,

இணையர்கள் எழுத்தாளர், கவிஞர் மித்ரா, மிதுன் ஆகியோரின் தோழமைக்கு என்றும் அன்பு.

அக்கா சோனியக்கும், மாமா ராமச்சந்திரனுக்கும் அன்பு.

சிந்தன் புக்ஸ் தோழர் மாதவ்க்கும், அன்பின் அம்மா பஞ்சவர்ணத்திற்கும் அன்புகள். தங்கை ப்ரிக்யா குடும்பத்திற்கும், தோழமை தேவிப்பிரியா குடும்பத்திற்கும் அன்பு. அன்பு நண்பர் வழக்கறிஞர் மனோஜ்குமார் அவர்களுக்கும் அன்பு.

தம்பி அஜய், தங்கை விமலா, பிரியா, பிருந்தா, சபரித்தா மற்றும் இந்திரா, சுகன்யா குடும்பத்திற்கும் அன்புகள்.

தொடந்து என்னை ஊக்கப்படுத்தி வரும், தமிழக இலக்கியப் பரப்பிற்கும், புலம்பெயர் இலக்கியப் பரப்பிற்கும் பாலமாக இருக்கும் மாமா சிராஜூதீன் அவர்களுக்கும், தோழர் துரை, அவர்களுக்கும் அன்புகள்.

மெய்ப்புத்திருத்தம் செய்து, ஆலோசனைகள் வழங்கிய எழுத்தாளர் தோழர் ஜி. சரவணன் அவர்களுக்கும். அட்டைப் படத்தை வடிவமைத்துக் தந்த தோழர் லார்க் பாஸ்கரனுக்கும் நன்றி.

தம்பி ராகுலுக்கு அன்பு. என்றும் உற்ற நட்புகள் கரோலின், மதிவாணன் குடும்பத்திற்கும், டில்லிபாபு – இந்துஜா குடும்பத்திற்கும். அன்புகள். அன்பின் அக்ஷயா, அம்ருத சகஜா, அனி, டெல்பின், ஜெயபாருதி ஆகியோருக்கு அன்பு.

இந்தப் பயணத்தில் பங்குபெற்ற அனைவருக்கும் நன்றி.

தோழமையுடன்

அ.சி. விஜிதரன்